vắn - cao nguyên

bìa: uyên nguyên trần triết

tranh bìa: hoạ sĩ vũ cao đàm

photo hình tác giả: ann lt

dàn trang: đỗ huỳnh đăng ngọc

nhà xuất bản nhân ảnh

isbn: 979-8-3483-0957-2

nhân ảnh

2025

thơ cao nguyên văn

a

áo em

màu gió

màu trời

màu con

chim hót

những lời

ái ân

anh là con muỗi
em đang không ngủ

anh là con muỗi
em đang suy nghĩ

anh là con muỗi
em đang không suy nghĩ

anh là con muỗi
em đang ngủ

b

bài thơ vuông

đã gửi em? anh không nhớ!

bài thơ tròn

vẫn mãi những vòng vo

bài thơ tam giác

rõ vô duyên! em bảo

chữ nhật bài thơ

haiku lỡ dòng tư

bước em

đốm nắng

tung tăng

gió chao

tà áo

chiều vàng

thu sang

bóng của chiếc bóng
cũng màu đen

buồn
anh chia bớt
buồn em

buồn
anh không bớt
buồn em

buồn
buồn

bảy năm hai sáu bốn mười

ba hai bốn một tám mười chín năm

sáu ba bốn bảy tám năm

hai hai tám chín một năm bảy mười

C

chim bay
cá lội
tôi đợi

đợi tôi
cá lội
chim bay

cứ mưa

cho

thở thêm dài

cho

xanh xao đợi

cho

vài sân si

có những
hoàng hôn
có thế thôi

không thương
không nhớ
chẳng bâng khuâng

hững hờ
hờ hững
theo hờ hững

chẳng nhớ
chẳng thương
không bâng khuâng

chợt giật mình

con tinh rượt mình

có nhịp tim

và tên của mình

chưa gặp đã nhớ
à ơi

gặp chưa đã nhớ
à ơi
ơi à

con gió nhỏ bay trong sân
con gió to bay sang sông

chiều anh

chiều đã

chiều em

dài ba

con phố

dài dăm

ngậm ngùi

chẳng có gì vui

hết rồi vui

tôi quỳ

tôi đếm những không vui

vui đi đâu mất

không về nữa

tôi nhặt lại tôi

lúc chưa vui

d

dĩ vãng

dài,

đen

trên lưng,

ánh hoàng hôn

dưới chiếc ô đời nhau
có em và có anh
mưa trần gian bất tận
đưa nhau vào ca dao

đ

đôi môi nàng
ngọt nụ cười
lưỡi câu bén nhọn
nụ cười con giun

đùa anh

anh khóc

em cười

đùa em

em ngã

anh quỳ

trăm năm

để đâu chiếc áo cà sa?
lạc đường với sãi ta bà nên quên
để quên áo giấy chỗ quên
cô em theo hỏi để quên lúc nào?

đang không nhớ
nắng vàng

đang không nhớ
nụ cười

nụ cười trong nắng vàng chiều thứ sáu
đang không nhớ

đêm đêm

đếm lá

trên cây

đếm nhịp

tim gõ

chuỗi lời

vô tâm

đôi khi

đôi khi

đôi khi

đôi khi

đôi khi

đôi khi

đôi khi

em cũng yêu tôi

đốm nắng trên tường vàng

đốm nắng trên trần nhà

ấy bảo tôi

thôi nhìn lên trần nhà

đốm nắng trên vai ấy

đốm nắng trên tóc ấy

ấy bảo tôi

thôi nhìn theo mấy đốm nắng vàng ấy

e

em vẫn là tôi
những vết thương
trong tim
trong óc
trong luôn luôn

em là màu cam
trong không gian
anh màu tím

em là màu cam
cho anh
chớm bình minh

lồng ngực anh
nổ tung ra
trăm ngàn mảnh nhỏ

bởi vì em
là quả tim khủng bố
màu cam

em anh

với nửa

hào quang

đêm đêm

thắp sáng

mảnh vườn

thơ anh

em là môi
tôi là hôn

em là mây
tôi là mưa

em là thương
tôi là yêu

em là yêu
tôi là đương

em là mưa
tôi là mây

em là môi
tôi lại hôn

em mang khẩu trang
ánh mắt em cười

em đeo kiếng đen
vẫn mắt em cười

em đội nắng to
nheo mắt nhau cười

g

gió em

thổi mất

thơ anh

ngó em

vỡ mất

tim anh

- đáng đời!

giá mắt dài em liếc dài hơn

gió im
em ngủ vai anh

gió lên
em đến xa xanh

gió say
bây mất em anh

cầm đứt dây
anh đứng đây

h

hoàng hôn

hôn em

hoàng hôn

hoàng hôn

hoàng hôn

em hôn

hoàng hôn

hoa chỉ biết nở

bướm chỉ biết bay

em chỉ biết đợi

đợi anh lượn bay

là giấy trắng

là mực xanh

là tranh

là cọ

em

là mặt trời

là tinh tú

là mưa

là gió

em

là chất xám

là tủy sống

là tim

là máu

em

là thật tình

là gian dối

là ma

là quỷ

em

m

một lá bay

hai lá bay

ba trăm năm mươi sáu lá bay

một thứ hai

hai thứ hai

ba ngàn bảy trăm năm mươi bốn lá bay

mỉm cười
có thể
nàng vui

cũng là
có thể
mỉm cười
trao tôi

mai có mưa

người ta nói

mây đâu biết

mai có mưa

mưa phút êm đềm

mưa mùa xanh lá

mùa lá đang yêu

mưa mùa xuân lạ

mùa lá đang yêu

mưa rơi thật thà

mưa mềm chiếc lá

mưa mềm chiếc lá

... đang yêu

mây trôi trong nước

tóc em ướt hai lần

mai sau

nhỡ có

vô thường

em ơi

nhớ nhé

mình từng

với nhau

mưa đi
em đến
tôi ngồi

em đi
mưa đến
tôi ngồi

mưa mưa

mưa trên thành phố los angeles

ướt freeway

ướt xe dừng

ướt xe chạy

ướt graffiti

ướt cây dừa cao ốm như cây cau

ướt cái gạt nước

ướt vũng nước ổ gà đen láy mắt la tinh

ướt như movie mưa

mưa giọt mềm
môi ngọt mềm

mưa hát tên em trong đó đây

trong đây trong đó tiếng mưa say

mưa đâu không thấy! em không thấy!

anh kiếm tìm mưa! đâu đó đây?

mưa đang ngâu
ngâu mắt nâu

màu cam
màu đỏ
màu vàng?

anh đang ráng nhớ
tiếng đàn của em

màu chàm
màu lục
màu lam?

dư âm
đừng chỉ nốt trầm
mà thôi

mái cong

mái thẳng

mưa dài

mưa treo

cơn nhớ

mưa trầy

con tim

mây tím cho mưa tím

trên áo tím

trên dù tím

giọt mưa đăng đắng

trên hoa tim tím

đỏ vẫn vô tình như môi

xanh cứ mãi xa như trời

đỏ-xanh thành đắng

mỗi giọt mưa màu tím

mưa rơi

trên lá

lá run

mưa rơi

trên lá

run run

lá run

mưa ướt em rồi anh có hay?
chiếc ô hôm ấy mất trong tay
mưa trên ô mất! anh đâu mất!
mưa mất anh rồi! em gió bay

một sao

sao một

sao mờ

một tôi

tôi một

bên bờ

của đêm

ngồi

sao nhớ một mình

nhìn

không thấy mình ngồi

rồi

thêm nhớ một mình

nắng theo

nắng trước

nắng sau

nắng đây

nắng đợi

nắng vào

giấc trưa

ngày nào cũng nắng

nắng chang chang

nắng dư nắng phí

nắng miên man

trưa nay mưa

mưa nhiều mưa ướt

mưa mất lòng em

anh đang nhớ nắng

nhớ em sáng trong nắng

ngồi nghiêng mái tóc rồi nghiêng
cười nghiêng ánh mắt ngả nghiêng đất trời
cười nghiêng ánh mắt nghiêng đời
ngồi nghiêng mái tóc đôi đời ngả nghiêng

nguyệt thực hay nhật thực,
không nhớ

nai vàng đạp lá vàng khô,
không nghe

con chó dữ hàng xóm biết bay,
không sao

chỉ biết tóc em trên gối anh

nắng trưa

nắng trắng

bước mình

bước em

giẫm nắng

giẫm hình

bóng nhau

ngã vào yêu
khó gượng dậy quá
cứ ngã hoài
chống nạng
bước liêu xiêu

nụ cười

tóc ngắn

mới đây

nụ cười

tóc ngắn

gió bay

nụ cười

nhớ tôi

tôi nhớ

tôi là

là tôi

tôi nhớ

tôi là

nhớ tôi

như bước chân mèo con
tuyết rơi rơi rơi rơi

ơ

ơn em

ơn phật

ơn trời

ơn vay

ơn mượn

ơn trầy

hai vai

p

phút giây lơ đãng lạc vào đời tôi

q

quay lưng

rồi hết

hết rồi

chim bay

cá lặn

lưng người

quay lưng

quên thương

quên nhớ

quên nhiều

quên mong

quên đợi

quên mình

đang quên

rồi đây sẽ thế thôi
rồi đây sẽ gió bay

S

say em

say bóng

say hình

say mơ

say mộng

say nàng

thơ say

sáng chiều

mưa nhiều

đến

hết mây

t

thử hai
mây bay

thử ba
lá bay

thử tư
mây bay

thử năm
lá bay

thử sáu
em bay

thử bảy
lá bay

chủ nhật
sao bay?

thơ anh

lất phất

sân si

em anh

khép mắt

vô vi

dưới dù

từng cơn gió
con chim tìm
chim ấy bay
bay không nhìn

từng rơi lá
con chim tìm
chim ấy bay
bay không nhìn
tung cánh bay

trắng ngà

trăng trắng

ngà trăng

hằng nga

cười sáng

cung trăng

trắng ngà

trong tranh thế giới hai chiều

cho thêm khó hiểu cái nhìn của em

mình như bức ảnh trắng đen

đêm đang dần sáng hay chiều vô đêm?

tôi nhớ tôi nhiều
mỗi nhớ em

trưa nay

không mây

cũng không em

ơi em

ơi mây

ơi trưa ơi

tuyết rơi
trên đường phố

tuyết rơi
giữa hai người
không quen

tuyết rơi
trên tượng đá

tuyết rơi
trong trí nhớ
của người hay quên

tuyết rơi
vô màu trắng

tuyết rơi
trên làn da
cổ không khăn

tuyết rơi
đêm cuối năm

thông xanh

chớp đỏ

chớp vàng

đêm xanh

sao chớp

sao vào

mắt xanh

ư

ừ thôi

ừ thế

thì thôi

ừ mây

với khói

ừ thôi

vẽ vời

v

vành tai
gáy cổ
nốt ruồi
lát xoài
trên đĩa
con ruồi
hết bay

với mây với gió với trời
nhớ con chim nhỏ đã rời mênh mông
mênh mông mênh mông mênh mông
với con chim nhỏ mênh mông rã rời

vô duyên

vô cớ

vô căn

vô ra

vô sự

lang thang

vô thường

vòng tay ôm nặng mảnh đời nhẹ tênh

xếp chiều thu lại bỏ bao thư

gửi mây gửi gió gửi câu thơ

lá rơi màu áo ai chiều ấy

rơi rớt chiều thu rớt lá thư

nhân ảnh

2025

liên lạc tác giả:

nluutrong@gmail.com

liên lạc nhà xuất bản nhân ảnh:

email: han.le3359@gmail.com

(408) 722-5626

www.ingramcontent.com/pod-product-compliance
Lightning Source LLC
LaVergne TN
LVHW081450060526
838201LV00050BA/1754